அதிவீரராம பாண்டியரின்

நறுந்தொகை

என்னும்

வெற்றி வேற்கை

முகிலை இராசபாண்டியன்

PEN BIRD™
PUBILCATIONS

+91 8220063246 | penbirdpublications@gmail.com | www.penbird.in

நறுந்தொகை
முகிலை இராசபாண்டியன்©

Narunthogai
Muhilai Rajapandian©

இரண்டாம் பதிப்பு - டிசம்பர் 2024
PB #33   - இலக்கியம்   ISBN: 978-81-979546-8-9
வடிவமைப்பு   - நா.கௌசிகன்   Rs. 50

Printed by: Real Impact Solutions, Chennai – 600 004.

இந்நூலின் எந்தவொரு பகுதியையும் ஆசிரியர் மற்றும் பதிப்பாளரின் எழுத்து பூர்வ அனுமதியின்றி அச்சு மற்றும் மின்னணு வழியே நகல் எடுப்பது, ஒலிப்பதிவு செய்து வெளியிடுவது, துண்டுப் பிரசுரமாக அச்சிட்டு வெளியிடுவது போன்ற செயல்கள் பதிப்புரிமைச் சட்டத்தின்படி தடை செய்யப்பட்டுள்ளது.

என்னுரை

நறுந்தொகை என்னும் இந்த நூல், நல்ல அறக்கருத்துகளைத் தொகுத்துக்கூறும் நூல் என்னும் பொருள் கொண்டது. இந்த நூலின் பயனை எடுத்துக்கூறும் பாடல், வெற்றி வேற்கை எனத் தொடங்கும் காரணத்தால் இதனை வெற்றி வேற்கை என்றும் குறிப்பிடுகிறார்கள்.

ஆத்தி சூடி, கொன்றை வேந்தன், வாக்குண்டாம் என்னும் நூல்கள், அந்த நூலின் முதல் பாடலின், முதல் சொல்லால் அழைக்கப்படுவது போல் இந்த நூலும் வெற்றி வேற்கை என அழைக்கப்படுகிறது.

சொல்லப்படும் அறவுரைக்கு ஏற்ப இந்த நூலில் ஓர் அடி முதல் ஆறு அடிகள் வரை உள்ள பாடல்கள் இடம்பெற்றுள்ளன. வாழ்க்கையை மனிதன் எப்படி வாழவேண்டும் என்னும் கருத்துக்களையும், செல்வம் நிலையற்றது, உலக வாழ்க்கை நிலையற்றது என்னும் உண்மைகளையும் இந்நூல்

எடுத்துரைக்கிறது. எண்பத்திரண்டு பாடல்களைக் கொண்ட இந்த நூல் நல்ல அறவுரைத் தொகுதி ஆகும்.

இந்நூலை இயற்றியவர் அதிவீரராம பாண்டியர். இவரை, குலசேகரப் பாண்டியன் என்றும் கூறுவார்கள். இவர் கொற்கை நகரத்திலிருந்து பாண்டிய நாட்டின் ஒரு பகுதியை ஆட்சி செய்தவர். தமிழ்மொழியிலும் வடமொழியிலும் ஆழ்ந்த புலமைப் பெற்ற இவர், நைடதம் (நளதமயந்தி), இலிங்க புராணம், காசிக் காண்டம், வாயு சங்கிதை, திருக்கருவைப் பதிற்றுப் பத்தந்தாதி முதலான நூல்களைப் படைத்துள்ளார். இவரை, தென்காசிப் பாண்டியன் என்றும் கூறுவர். தென்காசியில் உள்ள சிவாலயத்தை, பராக்கிரமப் பாண்டியன் என்னும் மன்னன் உருவாக்கினான். இது தொடர்பாக ஒரு கதையும் சொல்லப்படுகிறது.

காசிக்கு சென்ற இந்தப் பாண்டிய மன்னன், அங்கிருந்து ஒரு சிவலிங்கத்தைத் தென்காசியில் கோயில் எழுப்புவதற்காகக் கொண்டுவந்தான். அந்த சிவலிங்கத்தைக் கொண்டுவரும் வழியில் திருத்தங்கல் என்னும் பகுதியில் இறக்கி வைத்தனர். அடுத்தநாள் காலையில் அந்த இலிங்கத்தை எடுக்கும்போது அது வரவில்லை. எனவே, அங்கேயே அந்த இலிங்கத்தை அமைத்து வழிபாடு நடத்தினான் பராக்கிரம பாண்டியன். அதனால்தான் திருத்தங்கலின் அந்தப் பகுதியைச் சிவகாசி என்று அழைக்கின்றனர். திருத்தங்கல் என்பதே பழமையான ஊர் ஆகும்.

அதன்பின்னர், மீண்டும் காசியிலிருந்து வேறொரு இலிங்கத்தை வரவழைத்து, அதனை தென்காசியில்

எழுந்தருளச் செய்ததாக அறியமுடிகிறது. இந்திய மரபில் வடகாசி, சிவகாசி, தென்காசி என்னும் மூன்றும் பராக்கிரமப் பாண்டியன் வரலாற்றுடன் தொடர்புடையவை ஆகும். இந்தப் பராக்கிரமப் பாண்டியனின் மரபில் தோன்றியவர்தான், குலசேகரப் பாண்டியன் என்னும் அதிவீரராம பாண்டியர் ஆவார்.

குலசேகரப் பாண்டியன் என்னும் அதிவீரராம பாண்டியர் 16ஆம் நூற்றாண்டைச் சேர்ந்தவர் என்று அறியமுடிகிறது. இந்த மன்னனைச் சடையவர்மன் என்றும் கூறுவர். 'சீவல மாறன் கதை' என்னும் நூல் இவனது வரலாற்றைத் தெரிவிக்கிறது. ஸ்ரீவல்லப மாறன் என்பதே சீவல மாறன் என மருவி வந்துள்ளது. சீவலப்பேரி என்பதும், ஸ்ரீவல்லபப் பேரேரி என்பதன் மறு வடிவமாகும். வரதுங்கப் பாண்டியன் என்னும் இவனது சகோதரரும் தமிழ்ப் புலவராக விளங்கியிருக்கிறார். அதிவீரராம பாண்டியரின் ஆட்சிக்காலத்திற்குப் பிறகு, கொற்கையைத் தலைநகராகக் கொண்டு இவர் ஆட்சி செய்துள்ளார்.

இந்த நூலுக்குப் பலர் பதவுரை, தெளிவுரை, விளக்கவுரை எழுதியிருந்தாலும், இந்த இருபத்தோராம் நூற்றாண்டில் தமிழ் மக்கள் எளிமையாகப் பொருள் புரிந்து, அறிந்துகொள்ளும் வகையில் இந்த உரையை வழங்கியுள்ளேன். இந்த நூலைப் படித்து அனைவரும் பயன்பெறுமாறு வேண்டுகிறேன்.

அன்புடன்

09.11.2022 முகிலை இராசபாண்டியன்

முகிலை, குமரி - 629701

அதிவீரராம பாண்டியரின்

நறுந்தொகை

என்னும்

வெற்றி வேற்கை

கடவுள் வாழ்த்து

பிரணவப் பொருளாம் பெருந்தகை ஐங்கரன்
சரண அற்புத மலர் தலைக்கு அணிவோமே!

நல்ல அறச்செயல்களை விருப்பத்துடன் செய்ய, ஓம் என்னும் பிரணவத்தின் வடிவப் பொருளாக விளங்குபவன் ஐந்து கரம் கொண்ட விநாயகன். அவனது திருப்பாதங்களில் சரணடைந்து, அவனது பாதத்தை எனது தலையில் வைத்துப் போற்றுகிறேன்.

(ஐந்து கரம்: முன்பக்கத்தில் இரண்டு கை. பின் பக்கத்தில் இரண்டு கை. முகத்தில் ஒரு துதிக்கை.)

நூல் பயன்

வெற்றி வேற்கை வீர ராமன்
கொற்கை ஆளி குலசேகரன் புகல்
நற்றமிழ் தெரிந்த நறுந்தொகை தன்னால்
குற்றம் களைவோர் குறைவிலா தவரே!

வெற்றிப் பொருந்திய வேலை, கையில் தாங்கியவன், கொற்கை என்னும் நகரத்தைத் தலைநகரமாகக் கொண்டு, பாண்டிய நாட்டின் ஒரு பகுதியை ஆட்சி செய்தவன், குலசேகரன் என்னும் பெயர்க் கொண்டவன்.

அவன் படைத்த இந்த நூல் நறுந்தொகை என்னும் பெயர்க் கொண்டது. இந்த நூலினைப் படித்து, தங்கள் குற்றங்களைப் போக்கி வாழ்கிறவர்கள் எந்தக் குறைவும் இல்லாதவர், என்று இந்த நூலினைப் படிப்பதால் ஏற்படும் பயனைப் பாடியுள்ளார் குலசேகரன் என்னும் அதிவீரராம பாண்டியர்.

இந்தப் பாடல், வெற்றி வேற்கை எனத் தொடங்குவதால் இதனை 'வெற்றி வேற்கை' என்றே குறிப்பிடுகிறார்கள். கொற்கை என்னும் ஊர், தூத்துக்குடி மாவட்டத்தில், வாழவல்லான் என்னும் ஊருக்கு அருகில் அமைந்துள்ளது. பழங்காலத்தில் இது ஒரு துறைமுகப் பட்டினமாக விளங்கியுள்ளது.

நூல்

எழுத்து அறிவித்தவன் இறைவன் ஆகும் 1

கல்வி கற்பிக்கும் ஆசிரியன், கற்கும் மாணவனுக்கு இறைவனாகும் தகுதி உடையவன் ஆவான்.

கல்விக்கு அழகு கசடு அற மொழிதல் 2

ஒருவன் கற்ற கல்விக்கு எது அழகு என்றால், அவன் கற்றவற்றை எந்தத் தவறும் இல்லாமல் எடுத்துரைத்தல் ஆகும்.

செல்வர்க்கு அழகு செழுங்கிளை தாங்குதல் 3

செல்வம் படைத்தவர்க்கு எது அழகு என்றால், அவர், தமது உறவினர்களைப் பாதுகாத்து வாழ்தல் ஆகும்.

வேதியர்க்கு அழகு வேதமும் ஒழுக்கமும் 4

வேதம் ஓதும் அந்தணர்க்கு எது அழகு என்றால், அவர்கள் வேதத்தைப் பிழையில்லாமல் ஓதுவதும், நல்ல ஒழுக்கமும் ஆகும்.

மன்னவர்க்கு அழகு செங்கோல் முறைமை — 5

நல்ல மன்னனுக்கு எது அழகு என்றால், அரசமுறை தவறாமல் நாட்டு மக்களைப் போற்றிக் காப்பதாகும்.

வைசியர்க்கு அழகு வளர் பொருள் ஈட்டல் — 6

வணிகர்க்கு எது அழகு என்றால், மேலும் மேலும் பொருள் ஈட்டித் தனது வணிகத்தைப் பெருக்குதல் ஆகும்.

உழவர்க்கு அழகு ஏர்உழுது ஊண் விரும்பல் — 7

உழவுத்தொழில் செய்பவர்க்கு எது அழகு என்றால், ஏர்த்தொழிலைச் சிறப்பாகச் செய்து எல்லோருக்கும் உணவுப்பொருள் கிடைக்கச் செய்து, தானும் உண்டு மகிழ்தல் ஆகும்.

மந்திரிக்கு அழகு வரும்பொருள் உரைத்தல் — 8

அமைச்சருக்கு எது அழகு என்றால், ஒரு செயலை மன்னன் செய்யத் தொடங்குவதற்கு முன்பு, இச்செயலை இவ்வாறு செய்தால் இந்தப் பயன் விளையும் என்று நல்லமுறையில் கணித்துக் கூறுதலாகும்.

தந்திரிக்கு அழகு தறுகண் ஆண்மை — 9

படைத்தலைவனுக்கு எது அழகு என்றால், போர்க்களத்தில் தன் வீரம் வெளிப்படும்படியாகப் போர்ச் செய்தல் ஆகும்.

உண்டிக்கு அழகு விருந்தோடு உண்டல் 10

உணவு உண்ணுதலுக்கு எது அழகு என்றால், விருந்தினர்களை வரவேற்று உபசரித்து, அவர்கள் உண்டு மகிழும்போது தானும் உண்பது ஆகும்.

பெண்டிர்க்கு அழகு எதிர் பேசாது இருத்தல் 11

பெண்களுக்கு எது அழகு என்றால், மற்றவர்கள் பேசும்போது குறுக்கே பேசாமல் முழுவதும் கேட்டபிறகு தனது கருத்தைக் கூறுதலாகும்.

குலமகட்கு அழகு தன் கொழுநனைப் பேணுதல் 12

இல்வாழ்க்கையில் இருக்கும் பெண்ணுக்கு எது அழகு என்றால், தனது கணவனுக்குத் தேவையானவற்றைச் செய்து குடும்பத்தைப் பேணுதல் ஆகும்.

விலை மகட்கு அழகு தன் மேனி மினுக்குதல் 13

ஒருவனுக்கு ஒருத்தி என்னும் இல்வாழ்க்கை வாழாமல், பொது வாழ்க்கை வாழும் பெண்ணுக்கு அழகு எது என்றால், தன் மேனியை அலங்காரம் செய்து கொள்வதாகும்.

அறிஞர்க்கு அழகு கற்று உணர்ந்து அடங்கல் 14

நல்ல அறிஞர்க்கு எது அழகு என்றால், அறிவு தரும் நல்ல நூல்களைக் கற்று, அவை உணர்த்தும் நுண்பொருளை அறிந்து அடக்கமாக இருத்தல் ஆகும்.

வறிஞர்க்கு அழகு வறுமையில் செம்மை 15

வறுமை நிலையடைந்த வறியவர்க்கு எது அழகு என்றால், வறுமை நிலையடைந்த போதும் தவறான வழிகளில் நடக்காமல் நேர்மையாகப் பொருள் ஈட்டி வாழ்வதாகும்.

தேம்படு பனையின் திரள் பழத்து ஒரு விதை
வானுற ஓங்கி வளம் பெற வளரினும்
ஒருவர்க்கு இருக்க நிழல் ஆகாதே 16

பனம்பழத்தில் உள்ள ஒரு கொட்டை மண்ணில் புதைந்து முளைத்து உயர்ந்த ஒரு பனைமரமாக வளர்ந்தாலும், அந்த மரத்தால் ஒரு மனிதனுக்குக் கூட நிழல்தர இயலாது.

தெள்ளிய ஆலின் சிறு பழத்து ஒரு விதை
தெண்ணீர் கயத்துச் சிறுமீன் சினையினும்
நுண்ணிதே ஆயினும் அண்ணல் யானை
அணிதேர் புரவி ஆள் பெரும் படையொடு
மன்னர்க்கு இருக்க நிழல் ஆகும்மே 17

ஆலமரத்தின் விதையானது, குளத்து மீனின் வயிற்றில் உள்ள முட்டையை விடவும் சிறியதாகும். அந்தச் சிறிய விதையானது வளர்ந்து மரமானால், ஒரு பெரிய யானைப் படையைக் கொண்ட மன்னனும், அவனது படையினரும் தங்கும் அளவிற்கு நிழல் கொடுக்கும்.

பெரியோர் எல்லாம் பெரியரும் அல்லர் 18

உருவத்தால் பெரியோராக இருப்போர் எல்லாம் பெரியோர் என்று எண்ணக்கூடாது. நல்ல

அறச்செயல்களை விருப்பத்துடன் செய்பவரே பெரியோர் ஆவர்.

சிறியோர் எல்லாம் சிறியரும் அல்லர் 19

உருவத்தில் சிறியோர் எல்லாம் சிறியோர் என்று எண்ணிவிடக் கூடாது.

பனைமரத்தின் கொட்டைப் பெரியது. அதன் நிழல் ஒரு மனிதனுக்குக்கூடப் போதாது. ஆலமரத்தின் விதை மிகவும் சிறியது. அதன் நிழலானது, பெரிய படையில் உள்ளவர் அனைவரும் அனுபவிக்கும் அளவுக்குப் பெரியது. அதைப்போலச் சிறியோராக இருந்தாலும் பிறருக்கு உதவும் உள்ளம் கொண்டிருந்தால் அவர்களே பெரியோர் ஆவர்.

பெற்றோர் எல்லாம் பிள்ளைகள் அல்லர் 20

பிள்ளைகளாகப் பிறந்தோர் எல்லோரும் நல்லப் பிள்ளைகளாக இருப்பர் என்று நினைத்துவிடக் கூடாது. நமக்குப் பிறக்காத பிள்ளைகள்கூட நம்மைப் பாதுகாக்கும் மனப்பான்மை உடையவராக இருந்தால், பிள்ளைகள் எனப் போற்றத்தக்கவர் ஆவர்.

உற்றோர் எல்லாம் உறவினர் அல்லர் 21

நமக்கு அருகில் நெருங்கி இருப்போர் எல்லோரும் நமது உறவினர் ஆகிவிட முடியாது. மற்றவர்களும் நமக்கு உதவி செய்தால் உறவினர் போன்றோர் ஆவர்.

கொண்டோர் எல்லாம் பெண்டிரும் அல்லர் 22

திருமணம் செய்துகொண்டாலும் நல்ல பண்புடையப் பெண்ணாக இருந்தால் மட்டுமே மனைவி என்னும் தகுதி உடையவர் ஆவார்.

அடினும் ஆவின்பால் தன் சுவை குன்றாது 23

பசுவின் பாலை, சுடவைத்தாலும் அதன் சுவை குறையாது. மாறாக, அதன் சுவை கூடும். *(அதுபோல, நல்லவர்க்கு எவ்வளவு துன்பம் கொடுத்தாலும் அவர்கள் பிறருக்குத் துன்பம் தராமல் நல்லதையே செய்வார்கள்.)*

சுடினும் செம்பொன் தன் ஒளி கெடாது 24

நெருப்பில் போட்டுச் சுட்டாலும் தங்கத்தின் நிறம் குறையாது. மாறாக அதன் நிறம் கூடும். *(அதைப்போல, நல்லவர்க்கு எவ்வளவுதான் துன்பம் கொடுத்தாலும் பிறருக்குப் புகழ்தரும் செயலையே செய்வார்கள்.)*

அரைக்கினும் சந்தனம் தன் மணம் மாறாது 25

சந்தனக்கட்டையைக் கல்லில் வைத்து அரைத்தாலும் அதன் மணம் குறையாது. மாறாக அதன் மணம் கூடும். *(அதைப்போல, நல்லவர்கள் தன்னை அழித்தாவது மற்றவர்க்கு நல்லதைச் செய்வார்கள்.)*

புகைக்கினும் கார் அகில் பொல்லாங்கு கமழாது 26

அகில் கட்டையைப் புகையச் செய்தாலும் அதிலிருந்து கெட்டப்புகை வராது. மாறாக நறும்புகையே வரும். *(அதைப்போல நல்லவர்கள்,*

தான் மெல்லக் கருகினாலும் மற்றவர்க்கு நன்மை ஏற்படும் செயலையே செய்வார்கள்.)

கலக்கினும் தண் கடல் சேறு ஆகாது 27

எவ்வளவுதான் கலக்கினாலும், நம்மால் கடலைக் கலக்கி சேறு ஆக்க இயலாது. (அதைப்போல, நல்லவர் மனத்தை எந்த வகையிலும் குழப்பிவிட முடியாது.)

அடினும் பால் பெய்து கைப்பு
அறாது பேய்ச் சுரைக்காய் 28

பேய்ச்சுரைக்காய் என்னும் காய், கடுமையான கசப்புச் சுவை உடையது. எவ்வளவுதான் பால் கலந்து, இந்தக் காயைச் சமைத்தாலும் அதன் கசப்புச் சுவை மாறாது. (அதைப்போல், கெட்டவர்கள், எவ்வளவு நல்லவர்களுடன் சேர்ந்தாலும் அவர்களின் கெட்டகுணம் மாறாது.)

ஊட்டினும் பல் விரை உள்ளி கமழாதே 29

எவ்வளவு வாசனைப் பொருள்களைத் தடவினாலும், பல பற்களைக் கொண்ட உள்ளியாகிய பூண்டின் மணம் மாறாது. (அதைப்போல கெட்டவர்களும், எவ்வளவுதான் நல்லவர்கள் நன்மையை எடுத்துக்கூறினாலும் கெட்டவர்கள் அவர்களின் கேடானச் செயல்களிலிருந்து மாறமாட்டார்கள்.)

பெருமையும் சிறுமையும் தான் தர வருமே 30

ஒருவருக்குக் கிடைக்கும் பெருமையும் தாழ்மையும் அவர்களின் செயல்களுக்கு ஏற்பவே அமையும்.

சிறியோர் செய்த சிறு பிழை எல்லாம்
பெரியோர் ஆயின் பொறுப்பது கடனே 31

> அறிவில் குறைவு உடையவர்கள் அறியாமல் செய்யும் சிறிய தவறுகளை எல்லாம் கற்றறிந்த பெரியோர் பொறுத்துக்கொள்ள வேண்டும். அது அவர்களின் கடமையும் ஆகும்.

சிறியோர் பெரும் பிழை செய்தனராயின்
பெரியோர் அப்பிழை பொறுத்தலும் அரிது 32

> தான் செய்த சிறிய தவறினைப் பெரியவர் பொறுத்துக்கொண்டார் என்று சிறியவர், பெரிய பிழையைச் செய்தால் அதனைப் பெரியோர் பொறுத்துக்கொள்ள மாட்டார்கள்.

நூறு ஆண்டு பழகினும் மூர்க்கர் கேண்மை
நீர்க்குள் பாசிபோல் வேர் கொள்ளாதே 33

> நீரினில் பாசியானது நூற்றுக்கணக்கான ஆண்டுகள் கிடந்தாலும், அதனால் நீருக்கு அடியிலுள்ள மண்ணில் வேர்விட முடியாது. அதைப்போல, மூடர்கள் நூற்றுக்கணக்கான ஆண்டுகள் நல்லவர்களுடன் பழகினாலும் நல்லவர்களின் நண்பர்கள் ஆகிவிட முடியாது.

ஒருநாள் பழகினும் பெரியோர் கேண்மை
இரு நிலம் பிளக்க வேர் வீழ்க்கும்மே 34

> தரையில் வளரும் மரமானது நிலத்தில் ஆழ்ந்து வேர் விடுவதைப்போல, நல்ல அறிவுடையோர் ஒரே ஒருநாள் பழகினால்கூடத் தாங்கள் பழகிய நல்லோருடன் ஆழ்ந்த நட்புக்கொள்வர்.

கற்கை நன்றே கற்கை நன்றே
பிச்சை புகினும் கற்கை நன்றே 35

பிச்சை எடுக்கும் நிலைக்குத் தாழ்ந்திருந்தாலும்,
ஒருவன் கல்வி கற்பதால் நன்மை ஏற்படும்,
நன்மை ஏற்படும், நன்மை ஏற்படும்.

கல்லா ஒருவன் குல நலம் பேசுதல்
நெல்லினுள் பிறந்த பதர் ஆகும்மே 36

கல்வி அறிவு இல்லாத ஒருவன், தனது குலப்பெருமையைப் பேசிப் புகழ்பெற விரும்புவது, நெல்லோடு சேர்ந்து கிடக்கும் பதர், பயனில்லாமல் போவதைப்போலப் புகழில்லாமல் போகும்.

நாற்பால் குலத்தின் மேற்பால் ஒருவன்
கற்றிலன் ஆயின் கீழ் இருப்பவனே 37

அரசர், அந்தணர், வணிகர், வேளாளர் என்று வகைப்படுத்தப்பட்டுள்ள நான்கு குலத்தில், முதல் நிலையில் அல்லது மேல்நிலையில் உள்ள ஒருவன் கல்வி அறிவு இல்லாதவனாக இருந்தால் நான்காம் குலத்திற்கும் கீழ்நிலைப் பெற்றவன் ஆவான்.

எக்குடி பிறப்பினும் யாவரே ஆயினும்
அக்குடியில் கற்றோரை மேல் வருக என்பர் 38

பொருள் நிலையிலோ, குல நிலையிலோ எவ்வளவு கீழானவராக இருந்தாலும், ஒருவன் கல்வி அறிவுப் பெற்றவனாக இருந்தால், அவனை உயர்நிலைக்கு அழைத்து ஏற்றுக்கொள்வார்கள்.

அறிவுடை ஒருவனை அரசும் விரும்பும் 39

கல்வி அறிவுப் பெற்று, அறிஞனாக இருக்கும் ஒருவனை அரசனும் அவனது தகுதியறிந்து அரண்மனைப் பணிகொடுத்து உயர்த்துவான்.

அச்சம் உள்அடக்கி அறிவு அகத்து இல்லாக் கொச்சை மக்களைப் பெறுதலின் அக்குடி எச்சம் அற்று ஏமாந்து இருக்கை நன்று 40

எதற்கு எடுத்தாலும் அச்சப்படும் இயல்புடன், அறிவும் இல்லாமல் ஒருவனை மகனாகப் பெற்றெடுப்பதைவிட, அந்தக் குலமானது, வாரிசு இல்லாத குலமாக இருப்பதே நன்மை உடையது ஆகும். கல்வி அறிவில்லாத மகனால் எந்தப் பயனும் இல்லை.

யானைக்கு இல்லை தானமும் தருமமும் 41

யானையின் துதிக்கை மிக நீண்டதுதான் என்றாலும், அது மற்றவர்களிடமிருந்து பெறும் இயல்புகொண்டதே அல்லாமல் மற்றவர்க்கு வழங்கும் இயல்புகொண்டது அல்ல.

பூனைக்கு இல்லை தவமும் தயையும் 42

பூனை எப்போதும் கண்மூடிய நிலையில், தவ நிலையில் இருப்பதைப்போல இருந்தாலும், அதற்குத் தவ வல்லமையோ, கருணை மனமோ கிடையாது.

ஞானிக்கு இல்லை இன்பமும் துன்பமும் 43

இந்த உலக வாழ்க்கையின் உண்மை நிலையை அறிந்து, ஞானநிலையில் இருப்பவனுக்கு

இன்பத்தைப் பற்றியும் துன்பத்தைப் பற்றியும் கவலை இல்லை.

சிதலைக்கு இல்லை செல்வமும் செருக்கும் 44

சிதலை என்னும் கறையான் எப்போதும் மற்றவற்றை அரித்துக்கொண்டிருக்கும் இயல்புகொண்டது. அதைப்போன்ற குணம் உடையவர்கள் தங்களிடம் எவ்வளவுதான் செல்வம் இருந்தாலும், மற்றவர்களின் பொருளை அபகரித்துக்கொண்டே இருப்பார்கள்.

முதலைக்கு இல்லை நீத்தும் நிலையும் 45

முதலை நீரிலும் நிலத்திலும் வாழும் இயல்புகொண்டது. அது நீரில் இருந்தாலும் நிலத்தில் இருந்தாலும், அதற்கு உரிமை என்று எதுவும் கிடையாது. (அதைப்போல, தீயவர்களிடம் எவ்வளவு செல்வம் இருந்தாலும் அதனால் அவர்களுக்கு எந்தப் பயனும் இல்லை.)

அச்சமும் நாணமும் அறிவு இல்லோர்க்கு இல்லை 46

தீமை செய்வதற்கு அஞ்சும் தன்மையோ, வெட்கப்படும் தன்மையோ அறிவில்லாதவர்க்கு எப்போதும் இருப்பது இல்லை.

நாளும் கிழமையும் நலிந்தோர்க்கு இல்லை 47

நல்லநாள் என்பதும் நல்ல நட்சத்திரம் என்பதும் வறிய நிலையில் இருப்பவனுக்குக் கிடையாது. அவன் தனக்குக் கிடைக்கும் வேலையை அல்லது பொருளை நல்ல நேரத்தில்தான் பயன்படுத்த வேண்டும் என்று காத்திருக்கக்கூடாது.

கேளும் கிளையும் கெட்டோர்க்கு இல்லை   48

செல்வ நிலையில் குறைந்து, வறிய நிலை அடைந்தவர்க்கு உற்றார் உறவினர் என யாரும் இருக்கமாட்டார்கள். எல்லோரும் விலகிச்சென்று விடுவார்கள்.

உடைமையும் வறுமையும் ஒரு வழி நில்லா   49

செல்வந்தனாக இருப்பதும் ஏழையாக இருப்பதும் நிரந்தரமல்ல. அது மாறிக்கொண்டே இருக்கும்.

குடை நிழல் இருந்து குஞ்சரம் ஊர்ந்தோர்
நடை மெலிந்து ஓர் ஊர் நண்ணினும் நண்ணுவர்   50

வெண்கொற்றக் குடையின் கீழிருந்து அரசாட்சி செய்யும் மன்னன்கூட, வறுமை நிலையடைந்து வேற்றூருக்குச் சென்று வாழவேண்டிய கீழ்நிலை ஏற்படலாம். எனவே, செல்வநிலை என்பது நிலையானது அல்ல.

சிறப்பும் செல்வமும் பெருமையும் உடையோர்
அறக் கூழ் சாலை அடையினும் அடைவர்   51

நல்ல புகழுடனும் செல்வத்துடனும் பெருமையோடு வாழ்கிறவர்கூட, வறுமை நிலையடைந்து இலவசமாக உணவு வழங்கும் இடத்திற்குச் சென்று, உணவு பெற்று உண்ணும் நிலை ஏற்படும். எனவே, செல்வம் நிலையானது அல்ல.

அறத்திடு பிச்சை கூவி இரப்போர்
அரசோடு இருந்து அரசாளினும் ஆள்வர்   52

பிச்சையெடுத்து வாழும் நிலையில் இருப்பவர்கூட, ஒருநாள் அரசனாக மாறி ஆட்சி செய்யும் நிலையை அடைய முடியும்.

குன்றத்து அனை இருநிதியைப் படைத்தோர்
அன்றைப் பகலே அழியினும் அழிவர்   53

மலையளவு செல்வம் படைத்தவராக இருந்தாலும், ஒரே நாளில் அனைத்தையும் இழந்து தெருவுக்கு வரும் நிலை ஏற்படவும் வாய்ப்புள்ளது.

எழு நிலை மாடம் கால் சாய்ந்து உக்கு
கழுதை மேய் பாழ் ஆயினும் ஆகும்   54

ஏழு நிலையுடைய மாடமாளிகைகூட இடிந்து விழுந்துவிட்டால், கழுதை மேயும் பாழ்நிலம் போல் ஆகிவிடும்.

பெற்றமும் கழுதையும் மேய்ந்த அப்பாழ்
பொற்றொடி மகளிரும் மைந்தரும் கூடி
நெற்பொலி நெடு நகர் ஆயினும் ஆகும்   55

மாடுகளும் கழுதைகளும் மேயும் பாழ்நிலமாக இருக்கும் இடம்கூட, ஆண்களும் பெண்களும் கூடிவாழும் நகரமாகவும், நெல் வயலாகவும் மாறலாம்.

மண அணி அணிந்த மகளிர் ஆங்கே
பிண அணி அணிந்து தம் கொழுநரைத் தழீஇ
உடுத்த ஆடை கோடி யாக
முடித்த கூந்தல் விரிப்பினும் விரிப்பர்   56

திருமண நாளில் தாலி அணிந்த பெண், அதே நாளில் தாலி இழக்கும் நிலை ஏற்படலாம். அன்று

அணிந்த பட்டாடையே பிணத்திற்குப் போடப்படும் கோடித்துணியாகவும் மாறலாம். அழகாக அலங்கரிக்கப்பட்ட கூந்தல் அவிழும் நிலையும் ஏற்படலாம். எனவே, வாழ்க்கை நிலையற்றது என்பதை உணர்ந்துகொள்ள வேண்டும்.

இல்லோர் இரப்பதும் இயல்பே இயல்பே 57

செல்வம் இல்லாதவர்கள் பிச்சைக்கேட்டு நம் வாயிலில் வந்து நிற்பது இயல்பானது ஆகும். அவர்களை இழிவுபடுத்தக் கூடாது.

இரந்தோர்க்கு ஈவதும் உடையோர் கடனே 58

வறுமை அடைந்து பிச்சைக்கேட்டு நிற்போருக்கு வழங்குவது செல்வம் பெற்றவர்களின் கடமையாகும்.

நல்ல ஞாலமும் வானமும் பெறினும்
எல்லாம் இல்லை இல் இல்லோர்க்கே 59

இந்த மண்ணுலகத்தையும் விண்ணுலகத்தையும் பெற்றிருந்தாலும், நல்ல மனைவி இல்லை என்றால் எதுவும் இல்லை என்றே ஆகும்.

தறுகண் யானை தான் பெரிது ஆயினும்
சிறு கண் மூங்கில் கோற்கு அஞ்சுமே 60

யானையானது பெரியதாகவும் வலிமை வாய்ந்ததாகவும் இருந்தாலும், சிறிய மூங்கில் கோலுக்கு அச்சம் கொள்ளும். (அதைப்போல், உடலால் வலிமைப் பெற்றவர்களாக இருந்தாலும் அச்சம் கொண்டவர்களாக இருப்பார்கள்.)

குன்றுடை நெடும் காடு ஊடே வாழினும்
புன் தலைப் புல்வாய் புலிக்கு அஞ்சுமே   61

> மலைகள் நிறைந்தப் பெருங்காட்டில் ஓடுவதற்கு
> எவ்வளவு இடம் இருந்தாலும் மானானது, புலிக்கு
> அஞ்சிக்கொண்டே இருக்கும். (அதைப்போல,
> எவ்வளவு உயர்ந்த நிலையில் இருந்தாலும்
> அச்சம்கொண்டவர்கள் அஞ்சிக்கொண்டே
> இருப்பார்கள்.)

ஆரையாம் பள்ளத்து ஊடே வாழினும்
தேரை பாம்புக்கு மிக அஞ்சுமே   62

> புல்லும் பூண்டும் நிறைந்த பள்ளத்தில் பத்திரமாக
> இருந்தாலும் தவளையானது பாம்புக்கு மிகவும்
> அஞ்சும். (அச்சம்கொண்டவன், எவ்வளவு
> பாதுகாப்பான கோட்டைக்குள் இருந்தாலும்
> அச்சப்படுவான்.)

கொடுங்கோல் மன்னர் வாழும் நாட்டின்
கடும் புலி வாழும் காடு நன்றே   63

> அறநெறிப்படி ஆட்சி செய்யாத, கொடுங்கோல்
> மன்னன் ஆளும் நாட்டைவிடவும், கொடிய புலி
> வாழும் காடு சிறந்ததாகும்.

சான்றோர் இல்லாத் தொல்பதி இருத்தலின்
தேன் தேர் குறவர் தேயம் நன்றே   64

> நல்ல அறிஞர்கள் இல்லாதப் பழமையான ஊரில்
> வாழ்வதைவிடவும், மலைத்தேன் தேடும் குறவர்
> வாழும் பாதுகாப்பற்ற மலையே சிறந்தது.

காலையும் மாலையும் நான் மறை ஓதா
அந்தணர் என்போர் அனைவரும் பதரே 65

அந்தணர் என்பவர்கள் காலையிலும் மாலையிலும் தவறாமல் வேதம் ஓதவேண்டும். அவ்வாறு வேதம் ஓதாத அந்தணர்கள் நெல்லில் உள்ள பதர் போன்றவர்கள் ஆவர்.

குடி அலைத்து இரந்து வெங்கோலோடு நின்ற
முடியுடை இறைவனாம் மூர்க்கனும் பதரே 66

எப்படி வரி பெறவேண்டும் என்னும் அறநெறியை மீறி, வரியை வசூல் செய்யும் அறிவற்ற மன்னனும் பதர் போன்றவன் ஆவான்.

முதல் உள பண்டம் கொண்டு வாணிபம் செய்து
அதன் பயன் உண்ணா வணிகரும் பதரே 67

தான் வைத்திருக்கும் கைப்பொருளைக் கொண்டு வணிகம் செய்திட வேண்டும். அந்தக் கைப்பொருளை எடுத்துப் பயன்படுத்தாமல் வரும் இலாபத்தைத் தனது குடும்பத்திற்குப் பயன்படுத்த வேண்டும். அவ்வாறு இல்லாமல், கைப்பொருளைச் செலவு செய்யும் வணிகனும் பதர் போன்றவனே!

வித்தும் ஏரும் உளவா இருப்ப
எய்த்து அங்கு இருக்கும் ஏழையும் பதரே 68

விதைப்பதற்கு விதைநெல்லும், உழுவதற்கு ஏரும் இருந்த பிறகும் அதைப் பயன்படுத்தி உழவுத்தொழில் செய்யாமல் சோம்பேறியாக இருக்கும் உழவனும் பதர் போன்றவனே ஆவான்.

**தன் மனையாளைத் தாய் மனைக்கு அகற்றிப்
பின்பு அவள் பாராப் பேதையும் பதரே 69**

தனது மனைவியை அவளது தாய்வீட்டிற்கு அனுப்பிவிட்டு, அதன்பிறகு அவளைப் பற்றிக் கவலைப்படாமல் இருக்கும் ஒவ்வொரு மனிதனும் பதர் போன்றவனே!

**தன் மனையாளைத் தன் மனை இருத்திப்
பிறர் மனைக்கு ஏகும் பேதையும் பதரே 70**

தனது மனைவி வீட்டில் இருக்கும்போது, அவளுடன் இல்வாழ்க்கை நடத்தாமல் வேறு பெண்தேடிச் செல்பவனும் பதர் போன்றவனே!

**தன் ஆயுதமும் தன்கையில் பொருளும்
பிறன் கையில் கொடுக்கும் பேதையும் பதரே 71**

தான் தொழில் செய்வதற்கு உதவும் கருவியையும், தொழிலுக்கு உள்ள பொருளையும் பிறரிடம் கொடுப்பவனும் பதர் போன்றவனே!

**வாய் பறையாகவும் நாக்கு அடிப்பாகவும்
சாற்றுவது ஒன்றைப் போற்றிக் கேண்மின் 72**

வாயைப் பறையாகவும், நாக்கினை அந்தப் பறையை அடிக்கும் கம்பாகவும் கொண்டு, நல்ல அறக்கருத்துக்களைக் கூறும் சான்றோரின் அறவுரைகளைக் கேட்டு நடந்திட வேண்டும்.

**பொய்யுடை ஒருவன் சொல் வன்மையினால்
மெய் போலும்மே மெய் போலும்மே 73**

நல்ல சொல்லாற்றல் பெற்ற ஒருவன் தனது சொல்லாற்றலால், தான் சொல்லும் பொய்யைக்கூட மெய்போலச் சொல்லிவிடுவான்.

மெய்யுடை ஒருவன் சொல மாட்டாமையால்
பொய் போலும்மே பொய் போலும்மே 74

நல்ல சொல்லாற்றல் இல்லாதவனால், தான் சொல்லும் மெய்யைக்கூட, எடுத்துச் சொல்ல முடியாமல் அதனை மற்றவர்கள் பொய் என்று சொல்லிவிடுவார்கள்.

இருவர் தம் சொல்லையும் எழுதரம் கேட்டே
இருவரும் பொருந்த உரையார் ஆயின்
மனுமுறை நெறியின் வழக்கு இழந்தவர் தம்
மனமுற மறுகி நின்று அழுத கண்ணீர்
முறையுறத் தேவர் மூவர் காக்கினும்
வழி வழி ஈர்வதோர் வாளாகும்மே 75

ஒரு வழக்கினை இருவர் கொண்டு வரும்போது, அந்த இருவரும் சொல்வதை ஏழுமுறை கேட்டு நன்கு ஆராய வேண்டும். அதன்பிறகு, அறநூல் சொல்லும் முறைப்படி தகுந்த தீர்ப்பை வழங்கிட வேண்டும். அவ்வாறு தகுந்த நீதி வழங்கவில்லை என்றால், அந்தத் தவறான நீதியால் துன்பம் அடைந்தவர் அழுதக் கண்ணீரானது, அந்த நீதிபதியின் குடும்பத்தை வழிவழியாக அழிக்கும். மும்மூர்த்திகளாலும் அந்த நீதிபதியைக் காப்பாற்ற இயலாது. எனவே நீதி தவறக்கூடாது.

பழியா வருவது மொழியாது ஒழிவது 76

பழியுடன் பெறும் செல்வத்தை எதுவும் பேசாமலேயே வேண்டாம் என்று ஒதுக்கிவிட வேண்டும்.

சுழியா வரு புனல் இழியாது ஒழிவது 77

ஆற்றில் வெள்ளம் சுழித்துக்கொண்டு வந்தால், அந்த வெள்ளத்தில் இறங்காது தவிர்த்துவிட வேண்டும்.

துணையோடு அல்லது நெடு வழி போகேல் 78

தகுந்த துணையில்லாமல் தொலைதூரத்திற்கு தனியே செல்லக்கூடாது.

புணை மீது அல்லது நெடும் புனல் ஏகேல் 79

தெப்பம் இருந்தால் மட்டுமே பெருவெள்ளத்தில் செல்லவேண்டும். நீந்திக் கடந்துவிடலாம் என்று நினைத்து இறங்கக்கூடாது.

எழிலார் முலை வரிவிழியார் தந்திரம் இயலாதன கொடு முயல்வு ஆகாதே 80

அழகிய மார்பினையும், மைபூசிய கண்களையும் கொண்ட பெண்களின் வாயில் இருந்து வரும் தந்திரமானச் சொற்களைக் கேட்டால், அவற்றில் செய்யத் தகுந்தவற்றையே செய்யவேண்டும். செய்யத்தகாத செயலைச் செய்யக்கூடாது.

வழியே ஏகுக வழியே மீளுக 81

பாதுகாப்பான வழியில் ஓர் இடத்திற்குச் சென்று, பாதுகாப்பான வழியிலேயே திரும்புதல் வேண்டும்.

இவை காண் உலகிற்கு இயலாம் ஆறே 82

இந்த நறுந்தொகை என்னும் நூலில் கூறியுள்ள இவைதாம் உலகத்தில் உள்ள மனிதர்கள் நல்லபடியாக வாழ்வதற்குரிய வழியாகும்.

முகிலை இராசபாண்டியன்

கன்னியாகுமரி மாவட்டத்தின் முகிலன் குடியிருப்பில் பிறந்த இவர் மதுரை, சென்னை, அண்ணாமலைப் பல்கலைக்கழகங்களில் கல்வி கற்றுள்ளார்.

சென்னை, தரமணியில் உள்ள தமிழ் இணையப் பல்கலைக்கழகத்தில் மூன்று ஆண்டுகள் உதவி இயக்குநராகவும் செம்மொழித் தமிழாய்வு மத்திய நிறுவனத்தின் பதிவாளராகவும் பணியாற்றியுள்ள இவர், சென்னை மாநிலக் கல்லூரியில் பதினைந்து ஆண்டுகள் தமிழ்ப் பேராசிரியராகப் பணியாற்றியுள்ளார்.

ஐந்து நாவல்கள், ஐந்து சிறுகதைத் தொகுப்புகள், மூன்று நாடகங்கள், நான்கு கவிதைத் தொகுப்புகள் உட்பட நூறுக்கும் மேற்பட்ட நூல்களைப் படைத்துள்ளார்.

மனோன்மணியம் சுந்தரனார் பல்கலைக்கழகத்தின் பாரதியார், பாரதிதாசன் அறக்கட்டளைப் பரிசுகளையும் கோவை கஸ்தூரி சீனிவாசன் அறநிலையத்தின் நாவல் பரிசினையும் பாரத ஸ்டேட் வங்கியின் நாடகப் பரிசினையும் தமிழ்நாடு கலை இலக்கியப் பெரு மன்றத்தின் சிறந்த சிறுகதை நூல் பரிசினையும் வேறு பல விருதுகளையும் பெற்றுள்ளார்.